The Blind Man & the Cripple

瞎子和跛子

Anh Mù và anh Què

Ngày xưa, có hai gã ăn mày sống trong một ngôi đền hoang. Một người thì mù tịt, không trông thấy gì cả. Còn người kia thì què, chống gậy đi khập khiễng. Hai người tuy chung sống với nhau, nhưng giao tình không hoà thuận, suốt ngày chỉ cãi nhau.

Lâu lâu, hễ anh mù bước đi mà đụng phải vật gì, anh què liền lên giọng mắng: "Cẩn thận hơn một tí có được không? Vô ý vô tứ, làm bể đồ đạc lung tung cả!" Anh mù chịu không nổi lời nhiếc móc, lập tức mắng lại: "Này! Không biết xấu hổ hay sao mà dám mở miệng nói như thế? Mày phải biết rằng tao không nom thấy gì cả. Tại sao khi thấy tao sắp vấp phải cái gì, mày không báo ngay cho tao biết?"

Long ago, there lived two beggars in a run-down temple. One was a blind man who could not see anything at all; the other was a cripple who limped along clumsily. Even though the two beggars lived together, their relationship was not a harmonious one. They loved to argue with each other.

Sometimes, the blind man would bump into things as he walked, and the cripple would say, "Hah, you clumsy blind man. Why don't you be a little more careful? You're knocking everything down!" The blind man could not bear to be scolded, and immediately he would retort, "Hey! Aren't you ashamed to talk that way! Certainly you know that I can't see. Why don't you warn me when I'm about to bump into things?"

Sometimes, when the cripple wanted to go
out and do some shopping, the blind man would say
with a bitter laugh, "Hah! With the way you're stumbling all
over the place, you'll never get back by nightfall!"
When the cripple heard this, he grit his teeth angrily and said,
"Oh! Since you walk so fast, why don't you run my errands
then?" The two beggars were always bickering noisily and
laughing at each other's weakness. In difficult situations, they
would never help each other.

One night, when the blind man and the cripple were
sound asleep, a fire broke out in the temple. Not until
the flames spread and leaped high, did they finally
wake up, startled at the sight.

Cũng có khi anh què định ra phố mua bán gì cho vui, thì anh mù cất giọng cười chế nhạo: "Khập khà khập khiễng như mày mà ra phố thì đến tối cũng chả lê về được tới nhà!"

Nghe vậy, anh què nghiến răng đáp: "Mày cậy mày đi nhanh hả? Vậy mày có muốn để tao sai vặt hay không?" Hai gã ăn mày lúc nào cũng to tiếng và chê cười sự yếu kém của nhau. Thậm chí gặp những lúc khó khăn, cũng không ai chịu giúp đỡ ai.

Một đêm kia, giữa lúc hai người đang ngủ say thì ngôi đền bốc hoả. Lửa bắt đầu cháy lớn thì hai người choàng dậy.

Anh mù la lên: "Chết rồi! Cháy nhà!"

Anh què cũng hoảng hốt kêu lên: "Làm sao bây giờ? Làm thế nào đây?"

Anh mù vớ lấy cây gậy và bảo: "Chạy ra ngoài đã".

Nhưng anh mù đi về phía tay phải thì nghe thấy tiếng lửa reo ngùn ngụt. Rẽ về phía trái thì thấy nóng hừng hực. Anh quay vòng vòng không biết chạy lối nào cho an toàn.

The blind man yelled, "Oh, no! The temple is on fire!"

The cripple also yelled out desperately, "What do we do? What do we do?"

The blind man took his cane and shouted, "Let's get out of here!"

However, as the blind man walked to the right, he heard the sound of fire crackling, and as he walked to the left, he felt the burning hot flames. He circled around desperately, not knowing which direction was the safest.

Nhìn thấy anh mù đứng chịu trận tại chỗ, anh què liền đề nghị: "Đứng đó! Đừng đi đâu cả. Mày có nhìn thấy gì đâu! Lạng quạng chết cháy bây giờ. Đã đến nước này, tao với mày phải hợp tác với nhau mới thoát được".

Anh mù không còn tâm trí đâu mà gây gổ với anh què nữa. Anh lập tức hỏi lại: "Hợp tác thế nào bây giờ?" Anh què trả lời: "Được rồi, để tao cắt nghĩa cho mày nghe. Lửa sắp cháy đến nơi rồi. Mày thì không trông thấy gì cả. Còn tao tuy có mắt nhưng mò mẫm từng bước chậm như rùa. Mạnh đứa nào đứa ấy lo thì cả tao lẫn mày cùng sẽ chết cháy. Chi bằng bây giờ mày cõng tao lên vai, rồi tao chỉ đường cho mày đi. Chỉ có cách này, chúng mình mới thoát!"

Seeing that the blind man was not going anywhere, the cripple quickly hollered out, "Wait, you can't see. Don't just stumble all over the place. Be careful or you'll get burnt. Now that we're in such fix, we must cooperate with each other to get out of here."

This time the blind man was not in the mood to argue. Anxiously he asked, "How can we work together?" The cripple replied earnestly, "Well, I'll tell you. The fire will soon reach us. You can't see, and I can't walk very fast. We both can't survive alone. Why don't you carry me on your back, and I'll tell you which way to go. This way, we can both get out of here."

9

Nghe thấy vậy, anh
mù đồng ý ngay: "Mày
thông minh lắm! Leo
lên lưng tao, mau lên!"
Anh mù cúi xuống cho
anh què leo lên. Nhờ
vậy, chỉ trong chốc lát,
hai người chạy thoát ra
khỏi ngôi đền đang
cháy lớn. .

Hearing this, the blind man agreed with the cripple. "You're right! This is a brilliant idea. Hurry up and get on my back!" he said bending down. And so, the blind man carried the cripple on his back, and very quickly they were able to escape from the big fire in the temple. Finally the two men reached safety.

Sau lần chết hụt đó, hai anh mù và què mới nhận ra một điều là: Vào lúc hoạn nạn mới biết ai là bạn tâm giao. Từ đó, họ sống hoà thuận bên nhau và không bao giờ còn cãi nhau nữa.

Ever since that catastrophe, the blind man and the cripple realized that a friend in need, is a friend indeed. Thereafter, the two men lived with each other in harmony and never argued again.

Orchard Village
果樹村的故事
Vườn Cây Ăn Trái

Ngày xửa ngày xưa, có một vùng đất tên gọi là "Làng Cây Ăn Trái". Dân chúng trong làng đều sống bằng nghề thu hoạch trái cây. Phía đông làng ấy có người đàn ông tên là Đức Giang. Anh ta muốn mở rộng vườn cây của mình, nên mới tậu thêm mảnh đất của người hàng xóm tên Lý Đại Hà.

Một hôm, Đức Giang vác cuốc ra xới mảnh đất mới tậu.

Long, long ago, there was a place called Orchard Village. There, the village people relied on the harvests from fruit trees to earn a living. At the east side of the village lived a man named Virtue Zang. Virtue Zang, wanting to plant some more fruit trees, bought a piece of land from his neighbor Big River Lee.

One day, Virtue Zang was plowing in his new field.

Bỗng nghe một tiếng "canh". Anh ta cảm thấy nhát cuốc của mình vừa bổ phải một vật gì. Anh liền đào sâu hơn, thì chao ơi, không thể ngờ được, đó là một hũ vàng! Đức Giang kinh ngạc tự hỏi: "Sao chum vàng này lại chôn ở đây? A. Như thế thì chắc hẳn số vàng này là của anh Đại Hà. Mình phải trả ngay cho anh ấy mới được!" Lập tức, anh gói hũ vàng ấy lại và chạy về nhà Lý Đại Hà.

Suddenly, there was a "Clunk!" He felt his hoe strike something. He dug further to see what it was. Wow! It was unbelievable. It was actually a large boulder of gold! Virtue Zang muttered to himself in amazement, "How did this chunk of gold get buried under the ground? Ah hah! It must belong to brother Big River. I'd better return it to him quickly." Thereupon, he wrapped up the golden boulder and ran toward Lee's home.

Đức Giang nói: "Anh Đại Hà ơi! Sao anh lại quên không đào hũ vàng chôn trên thửa ruộng anh bán cho tôi? Đây, tôi xin trả lại anh!"

Nghe thấy vậy, Lý Đại Hà xua tay tỏ vẻ không đồng ý: "Anh nói đùa làm gì! Tôi làm thế nào mà có được một chum vàng! Không phải của tôi đâu!"

Đức Giang gãi đầu: "Thế thì của ai?"

Lý Đại Hà cười lớn: "Chắc là trời thương cho anh đấy!"

Đức Giang đáp ngay: "Không. Chắc chắn là không. Chả có lý gì mà trời lại ban cho tôi. Thôi, thế này nhé: Mảnh vườn ấy vốn thuộc về anh, thì số vàng này cũng là của anh."

Hai người đưa qua đẩy lại khá lâu và không ai chịu nhận số vàng đó cả. Cuối cùng, họ không còn cách nào khác, bèn kéo nhau đi hỏi ý kiến ông lý trưởng. Hai người kể lại đầu đuôi câu chuyện cho lý trưởng nghe.

Lý trưởng nghe rồi, trầm ngâm nói: "Trên đời này ít có ai thành thật như hai anh đây. Tuy nhiên, dù sao thì số vàng này cũng phải có chủ. Để ta nghĩ xem sao!..."

Virtue Zang said, "Brother Big River, why did you forget to dig out the gold that you buried under the ground? Here, let me give it back to you!"

Hearing this, Big River Lee quickly waved his hand to disagree, "Come on. Stop kidding around. How would I have a golden boulder? It isn't mine at all!"

"Whose is it then?" wondered Virtue Zang scratching his head.

Laughing, Big River Lee replied, "Perhaps it's a reward for you from heaven!"

"No, no, no," Virtue Zang quickly responded, "Why would heaven reward me with gold for no reason. The way I see it: since the land was originally yours, the gold should be yours."

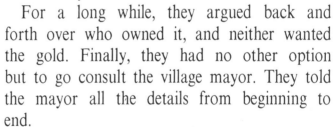

For a long while, they argued back and forth over who owned it, and neither wanted the gold. Finally, they had no other option but to go consult the village mayor. They told the mayor all the details from beginning to end.

After the village elder listened, he said with a chuckle, "It is so rare for anyone to be as honest as you two have been. However, this golden boulder must still belong to someone. Let me think now...."

Ông suy nghĩ một lúc rồi hỏi Lý Đại Hà: "Thằng Thanh Tùng nhà anh năm nay bao nhiêu tuổi?"

Đại Hà đáp: "Dạ thưa, nó mười tám".

Lý trưởng quay sang hỏi Đức Giang: "Thế còn con Tiểu Liên nhà anh bao nhiêu?"

Đức Giang đáp: "Thưa, cháu nó mười sáu".

Lý trưởng liền cười và kết luận: "Như vậy thì ta có cách. Sao các anh không cho hai đứa lấy nhau? Cứ coi như hũ vàng này là quà cưới trời ban cho chúng nó!"

Đức Giang và Đại Hà đều hoan hỉ đồng ý cách giải quyết đó. Họ vui vẻ ra về để chuẩn bị tiệc cưới.

The village leader thought for a while. Then he asked Big River Lee, "How old is your son Green Pine?"

"Pine is eighteen this year!" Big River Lee answered.

The chief then questioned Virtue Zang, "How about your daughter Little Lotus?"

"Little Lotus is sixteen this year," replied Virtue Zang.

With a smile the village chief concluded, "I've got it! The answer is simple! Why don't we let Green Pine and Little Lotus marry each other. Then, this golden boulder could be a wedding present from heaven for both of them!"

Both Virtue Zang and Big River Lee agreed that it was a fair way of resolving the problem. Very pleased, they went home to prepare for the festivity!

Ngày cưới Thanh Tùng và Tiểu Liên, thân bằng quyến thuộc đều đến chúc mừng. Trong lúc cử hành hôn lễ, lý trưởng mang hũ vàng ra trao cho cô dâu chú rể. Nhưng không ai ngờ là Thanh Tùng cũng nhất định khước từ. Anh ta nói: "Bẩm ông lý, chúng cháu không thể nhận số vàng này được!"

Lý trưởng hỏi lại: "Lý do gì?"

Thanh Tùng đáp: "Bẩm, chúng cháu còn trẻ, chúng cháu phải tự lực cánh sinh. Hơn thế nữa, chúng cháu đã có một vườn cây ăn trái, hàng năm thu lợi. Không thể nào chúng cháu dám nhận số vàng này!"

Nghe thấy thế, lý trưởng hết sức xúc động. Ông thở dài: "Các cháu thật là những người biết suy nghĩ!"

On Green Pine and Little Lotus's wedding day, all their relatives and friends came to congratulate them. During the wedding ceremony, the village elder presented the golden boulder to Green Pine and Little Lotus. But who would have known that Green Pine would actually refuse to accept the gold. He responded, "Honorable Mayor, we mustn't accept this golden boulder."

The village elder asked, "Why not?"

Green Pine replied, "We are still young. We should earn our living on our own. Besides, we have an orchard. We'll live a good life. How could we accept such a valuable stone?"

Upon hearing this, the village chief was very moved. He sighed, "Well! You are such thoughtful children!"

Tuy nhiên, hũ vàng biết giải quyết thế nào? Lý trưởng suy tính một lúc rồi đề nghị: "Không ai chịu lấy số vàng này, vậy thì tại sao ta không dùng nó để làm một gì có lợi chung cho cả làng? Các ông các bà nghĩ thế nào?"

Mọi người đều cho đó là ý kiến hay. Nhưng làm gì để cả làng cùng có lợi thì người ta chưa nghĩ ra. Mỗi người nêu lên một đề nghị.

Cuối cùng, Thanh Tùng nói: "Cháu xin đề nghị đào kinh thủy lợi. Làng này, nhà nào cũng có vườn trồng cây ăn trái. Nếu có hệ thống dẫn thủy nhập điền, việc tưới bón sẽ tiện lợi cho mọi người. Cây trái sẽ lớn nhanh hơn."

"Đúng rồi! Đúng thế!" Tất cả đều gật đầu đồng ý.

Nonetheless, what should they do with the boulder? The village chief thought for a while and said, "Since no one accepted this piece of gold, why don't we use it to do something that will benefit everyone! What do you think?"

Everyone thought it was a great idea. But, what could they do to benefit everyone? Everyone spoke up to give an opinion.

In the end, Green Pine said, "Let's create irrigation canals! Every family in our village has fruit trees. If we had canals, watering the fruit trees would be much more convenient. Then the fruit trees would grow better."

"That's right, that's right. That's the best idea yet!" The people nodded their heads in agreement.

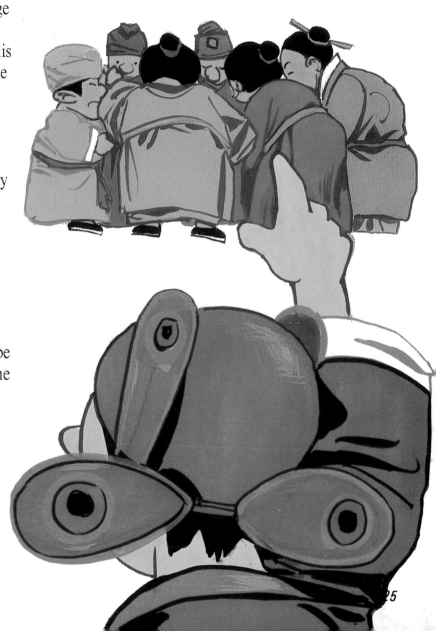

Sau đó không lâu, dân làng lập được hệ thống kinh đào rất hiệu quả. Nhờ thế, cây trái sum sê hơn. Mùa trái chín, nhà nào cũng bận rộn thu hoạch. Thế hệ này nối tiếp thế hệ khác, dân làng càng ngày càng sung túc.

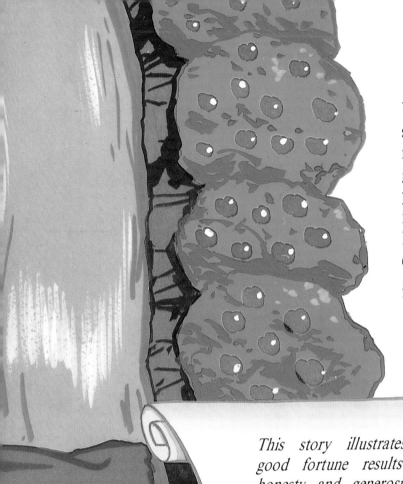

Not long after that, Orchard Village had the finest irrigation system. Because the fruit trees received sufficient water, they grew healthier. The following year, all the trees bore big, tasty fruits. Every family was kept busy harvesting. Everyone had ear-to-ear smiles. Generation after generation of people in Orchard Village lived happily ever after.

27

This book is re-edited from book 2 of *Chinese Children's Stories* Series. The entire 100-volume English-Chinese series consists of 20 titles of subjects grouped in 5-book sets.

中國孩子的故事 **100** 冊

First edition for the United States
published in 1992 by Wonder Kids Publications
Copyright © Wonder Kids Publications 1992
Edited by Emily Ching, Dr. Theresa Austin, and Nguyen Ngoc Ngan
Chinese version first published 1988 by
Hwa-I Publishing Co. (Taiwan)
English-Chinese version first published 1991 by
Wonder Kids Publications (USA)
All rights reserved.
All inquiries should be addressed to:
Wonder Kids Publications
P.O. Box 3485
Cerritos, CA 90703
International Standard Book No. 1-56162-127-7
Library of Congress Catalog Card No. 91-66052
Vietnamese-English version exclusively distributed by
Pan Asian Publications (USA) Inc.
Printed in Taiwan

anhdo